Impressum
Verlag: BABADADA GmbH, Nedderfeld 112 , 22529 Hamburg
Geschäftsführer / Verlagsleitung: Harald Hof
Druck: Books on Demand GmbH, In de Tarpen 42, 22848 Norderstedt

Imprint
Publisher: BABADADA GmbH, Nedderfeld 112 , 22529 Hamburg, Germany
Managing Director / Publishing direction: Harald Hof
Print: Books on Demand GmbH, In de Tarpen 42, 22848 Norderstedt, Germany

trường học

școală

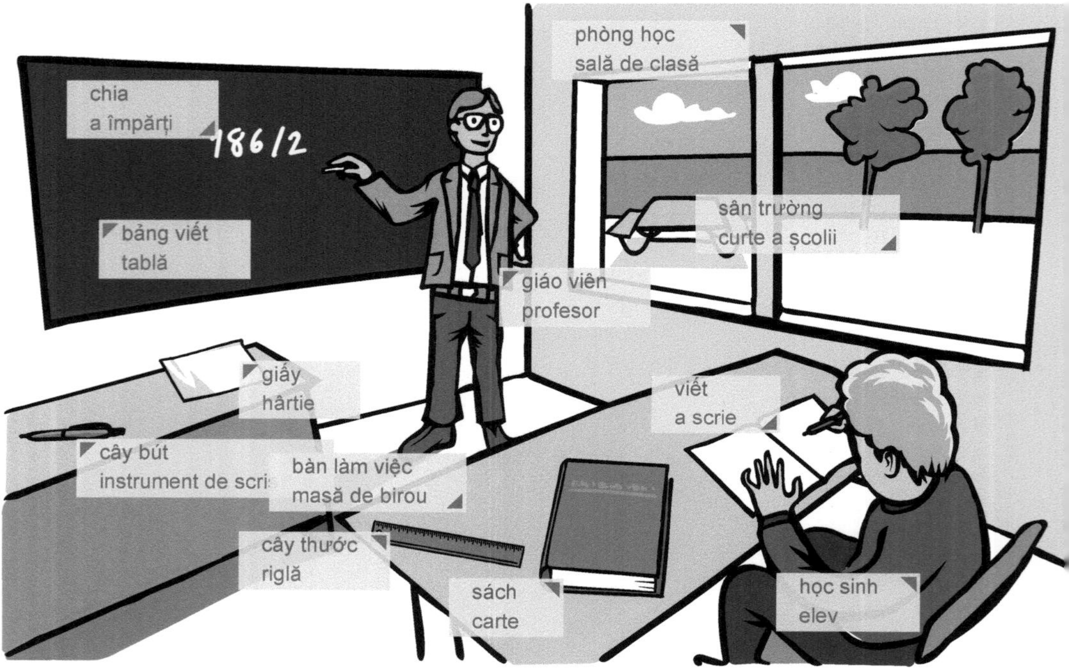

phòng học
sală de clasă
chia
a împărți
186/2
bảng viết
tablă
sân trường
curte a școlii
giáo viên
profesor
giấy
hârtie
viết
a scrie
cây bút
instrument de scri
bàn làm việc
masă de birou
cây thước
riglă
sách
carte
học sinh
elev

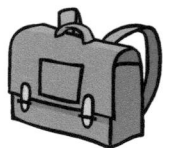

cặp đeo vai học sinh

ghiozdan

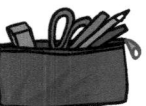

hộp đựng bút

penar

bút chì

creion

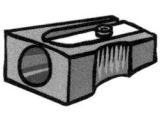

cái gọt bút chì

ascuțitoare

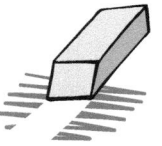

cục tẩy

radieră

tập giấy vẽ

bloc de desen

bản vẽ

desen

cọ vẽ

pensulă

hộp mực vẽ

cutie de acuarele

cây kéo

foarfece

keo dán

lipici

sách bài tập

caiet de exerciţii

bài tập ở nhà

temă

số

număr

cộng

a aduna

trừ

a scădea

nhân

a multiplica

tính toán

a calcula

chữ cái

literă

bảng chữ cái

alfabet

từ

cuvânt

văn bản
text

đọc
a citi

phấn viết
cretă

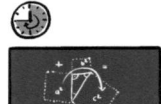

bài học
oră

sổ lớp
catalog

thi kiểm tra
examen

chứng chỉ
certificat

đồng phục học sinh
uniformă școlară

giáo dục
educație

từ điển bách khoa
enciclopedie

đại học
universitate

kính hiển vi
microscop

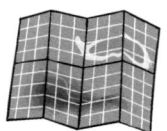

bản đồ
hartă

thùng rác giấy
coș de gunoi

du lịch
călătorie

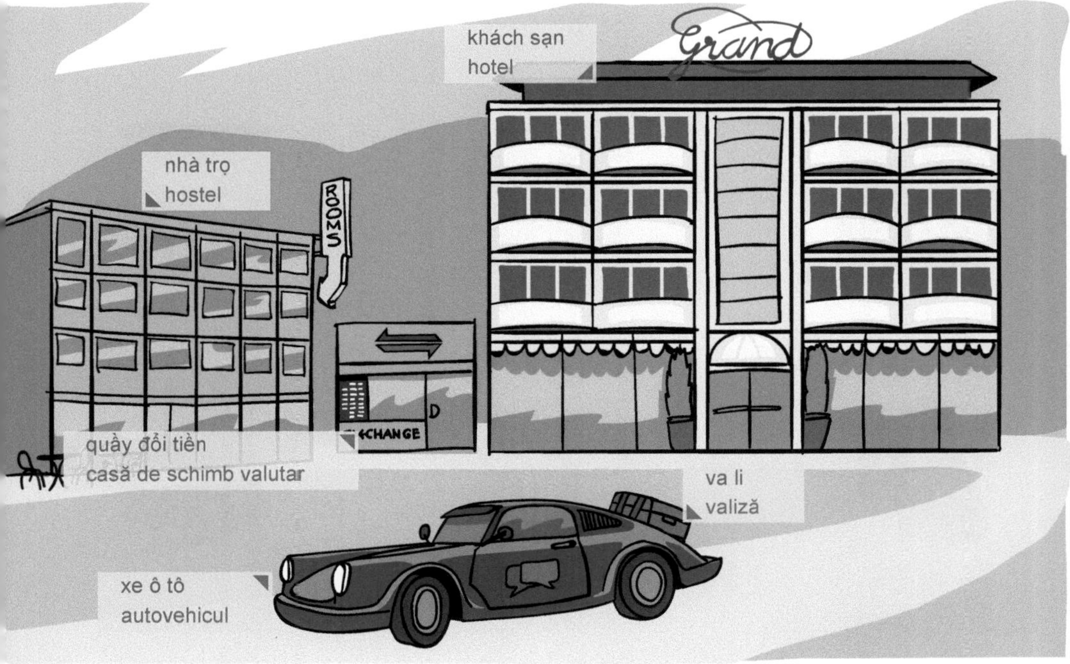

khách sạn
hotel
Grand
nhà trọ
hostel
ROOMS
quầy đổi tiền
casă de schimb valutar
va li
valiză
xe ô tô
autovehicul

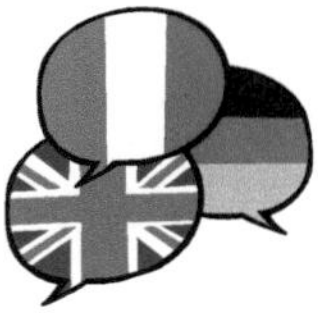

ngôn ngữ

limbă

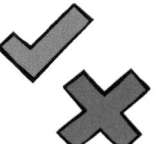

có / không

da/nu

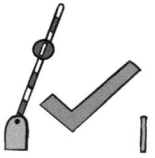

ô kê

okay

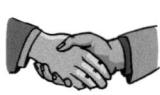

Xin chào

Bună!

thông dịch viên

interpret

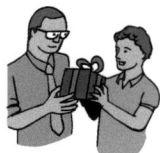

cám ơn

mulțumesc

... bao nhiêu tiều?

Cât costă...?

tôi không hiểu

Nu înțeleg

vấn đề

problemă

Xin chào! (buổi tối)

Bună seara!

xin chào! (buổi sáng)

Bună dimineața!

chúc ngủ ngon!

Noapte bună!

tạm biệt

la revedere

hướng đi

direcție

hành lý

bagaj

túi xách

geantă

túi ba lô

rucsac

khách

oaspete

phòng

cameră

túi ngủ

sac de dormit

lều

cort

thông tin du lịch

punct de informare turistică

bãi biển

plajă

thẻ tín dụng

carte de credit

ăn sáng

mic dejun

ăn trưa

masa de prânz

ăn tối

cină

vé xe

bilet de călătorie

thang máy

lift

tem bưu điện

timbru poștal

biên giới

graniță

hải quan

vamă

đại sứ quán

ambasadă

thị thực

viză

hộ chiếu

pașaport

vận chuyển
transport

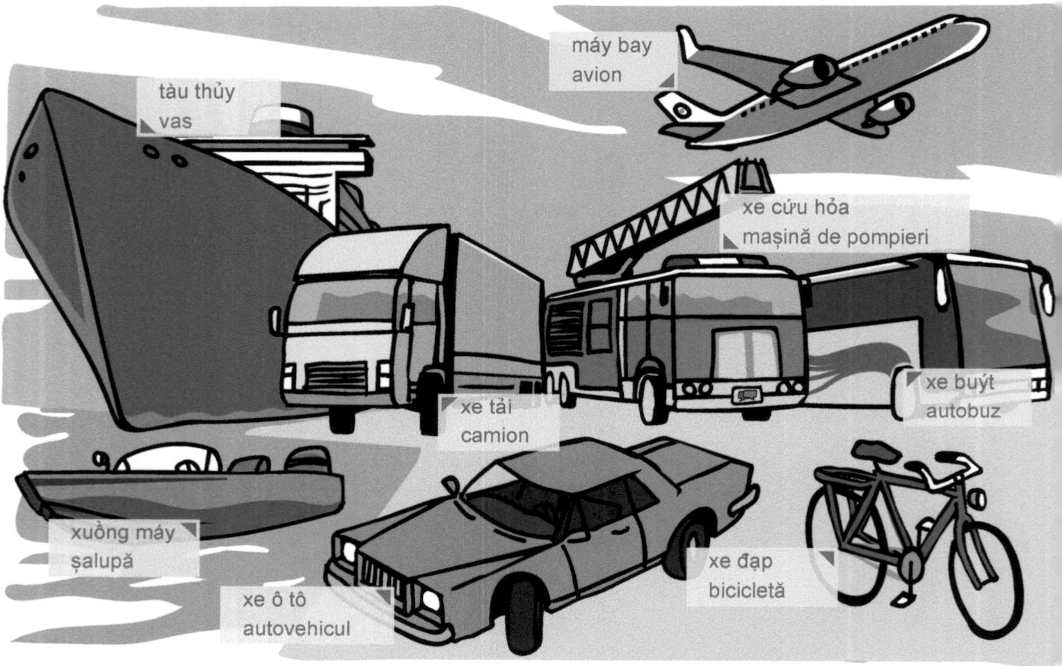
máy bay
avion
tàu thủy
vas
xe cứu hỏa
mașină de pompieri
xe buýt
autobuz
xe tải
camion
xuồng máy
șalupă
xe đạp
bicicletă
xe ô tô
autovehicul

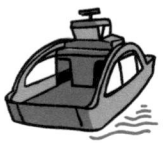

phà
feribot

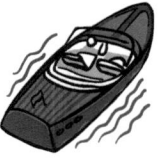

xuồng
barcă

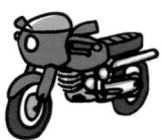

xe máy
motocicletă

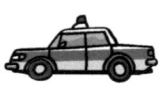

xe cảnh sát
mașină de poliție

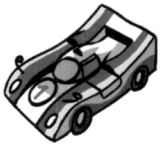

xe đua
mașină de curse

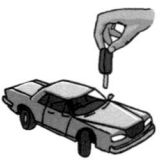

xe cho thuê
mașină închiriată

dịch vụ thuê xe tự lái

car sharing

xe kéo cứu hộ

maşină de tractat

xe rác

maşină de gunoi

động cơ

motor

xăng

combustibil

trạm xăng

benzinărie

biển báo giao thông

semn de circulaţie

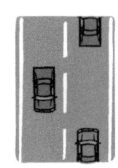

giao thông

trafic

ách tắc giao thông

ambuteiaj

bãi đậu xe

parcare

nhà ga

garǎ

đường ray

şine

xe lửa

tren

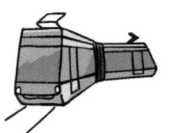

tàu điện

tramvai

toa xe

vagon

máy bay trực thăng
elicopter

sân bay
aeroport

tháp
turn

hành khách
pasager

côngtenơ
container

thùng các-tông
carton

xe đẩy
căruță

cái giỏ
coș

cất cánh / hạ cánh
a decola/a ateriza

thành phố

oraș

làng
sat

trung tâm thành phố
centru

nhà
casă

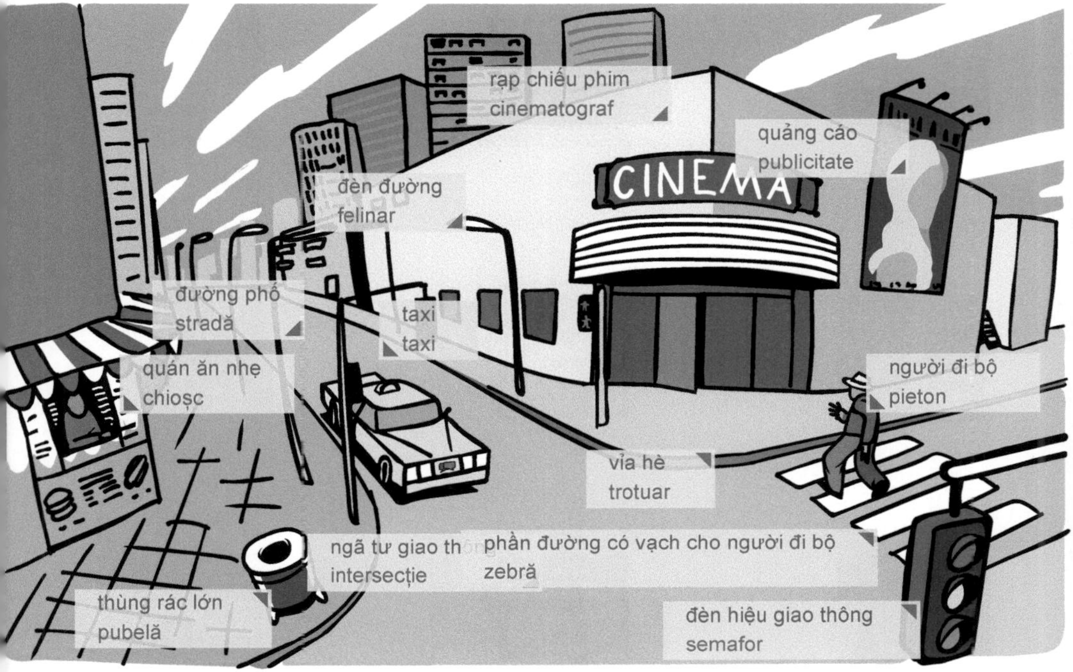

rạp chiếu phim
cinematograf
quảng cáo
publicitate
CINEMA
đèn đường
felinar
đường phố
stradă
taxi
taxi
quán ăn nhẹ
chioșc
người đi bộ
pieton
vỉa hè
trotuar
ngã tư giao th
intersecție
phần đường có vạch cho người đi bộ
zebră
thùng rác lớn
pubelă
đèn hiệu giao thông
semafor

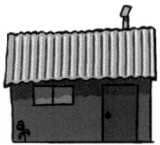

nhà chòi

cabană

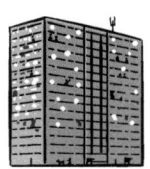

căn hộ

apartament

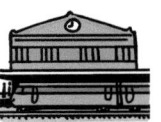

nhà ga

gară

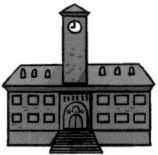

tòa thị chính

primărie

MUSEUM

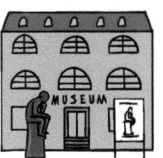

viện bảo tàng

muzeu

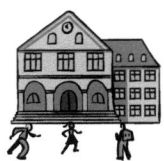

trường học

școală

đại học
universitate

ngân hàng
bancă

bệnh viện
spital

khách sạn
hotel

hiệu thuốc
farmacie

văn phòng
birou

hiệu sách
librărie

cửa hiệu
magazin

cửa hiệu bán hoa
florărie

siêu thị
supermarket

chợ
piață

cửa hàng bách hóa
magazin universal

người bán cá
comerciant de pește

trung tâm mua bán
centru comercial

bến cảng
port

công viên
parc

ghế băng
bancă

cầu
pod

cầu thang
trepte

tàu điện ngầm
metrou

đường hầm
tunel

trạm xe buýt
stație de autobuz

quán bar
bar

khách sạn
restaurant

hòm thư công cộng
cutie poștală

bảng hiệu đường
tăbliță indicatoare cu
numele străzii

đồng hồ đậu xe
parcometru

vườn bách thú
grădină zoologică

bể bơi
piscină

nhà thờ Hồi giáo
moschee

nông trại

gospodărie țărănească

ô nhiễm môi trường

poluare

nghĩa trang

cimitir

nhà thờ

biserică

sân chơi

loc de joacă

ngôi đền

templu

phong cảnh
peisaj

lá cây
frunză

bảng chỉ đường
indicator

lối đi
drum

bãi cỏ
pajiște

hòn đá
piatră

người đi bộ đường dài
drumeț

cây
copac

sông
râu

cỏ
iarbă

bông hoa
floare

thung lũng
vale

đồi
deal

hồ nước
lac

rừng
pădure

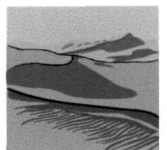

sa mạc
deșert

núi lửa
vulcan

lâu đài
castel

cầu vồng
curcubeu

nấm
ciupercă

cây cọ
palmier

con muỗi
țânțar

con ruồi
muscă

con kiến
furnică

con ong
albină

con nhện
păianjen

bọ cánh cứng

gândac

con ếch

broască

con sóc

veveriţă

con nhím

arici

con thỏ

iepure

con cú

bufniţă

con chim

pasăre

thiên nga

lebădă

heo rừng

porc mistreţ

con hươu

cerb

nai sừng tấm

elan

đê

dig

tuabin gió

turbină eoliană

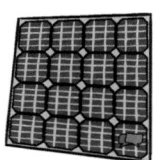

tấm năng lượng mặt trời

panou solar

khí hậu

climă

bồi bàn
chelnăr

thực đơn
meniu

ghế
scaun

súp
supă

bánh pizza
pizza

bộ dao nĩa ăn
tacâmuri

khăn trải bàn
faţă de masă

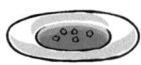

món ăn khai vị
antreu

món ăn chính
fel principal

món tráng miệng
desert

thức uống
băuturi

thức ăn
mâncare

cái chai
sticlă

thức ăn nhanh
fastfood

thức ăn đường phố
streetfood

ấm trà
ceainic

hộp đường
zaharniță

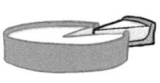

khẩu phần
porție

máy pha espresso
espressor

ghế cao
scaun înalt (pentru copii)

hóa đơn
factură

khay
tavă

dao
cuțit

nĩa
furculiță

thìa
lingură

thìa uống trà
linguriță

khăn ăn
șervețel

cốc thủy tinh
pahar

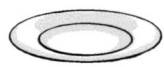

đĩa
farfurie

đĩa súp
farfurie de supă

đĩa lót cốc
farfurie

nước sốt
sos

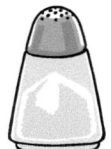

lọ muối
solniţă

cái xay tiêu
râșniţă de piper

giấm
oţet

dầu
ulei

gia vị
condimente

nước xốt cà chua
ketchup

tương hạt cải
muștar

nước sốt mayonnaise
maioneză

siêu thị

supermarket

chào giá đặc biệt
ofertă
FOR
khách hàng
client
sản phẩm từ sữa
produse lactate
trái cây
fructe
xe đẩy mua sắm
cărucior de cumpărături

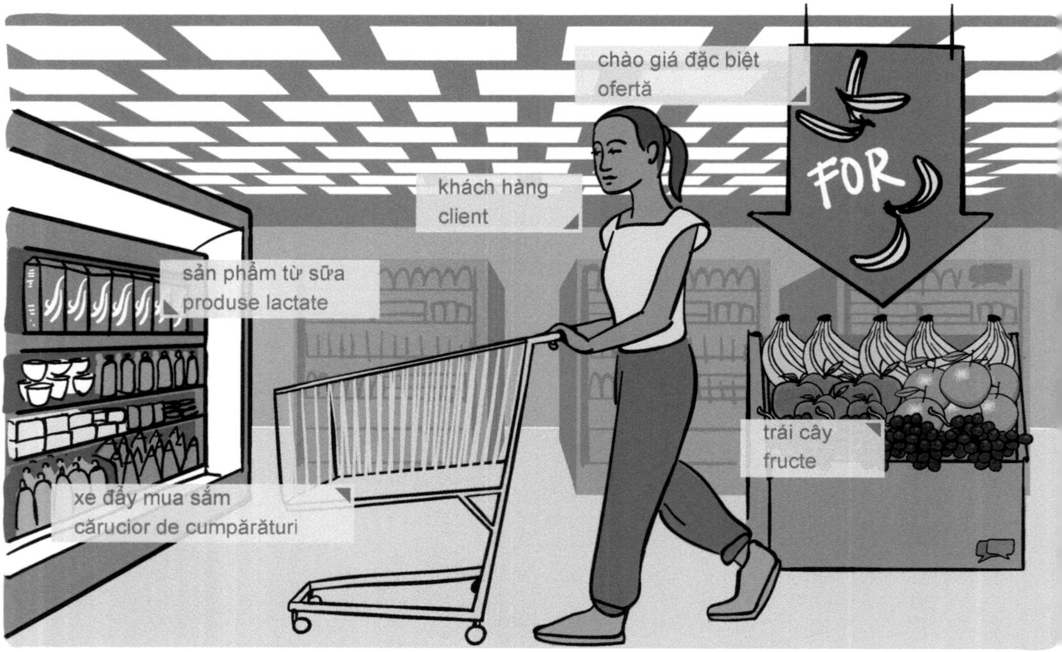

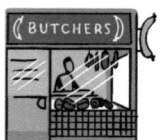

BUTCHERS

lò mổ

măcelărie

BAKERY

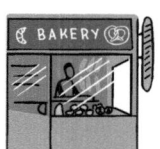

cửa hiệu bán bánh mì

brutărie

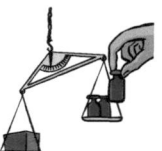

cân nặng

a cântări

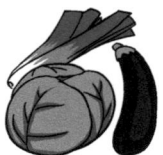

rau quả

legume

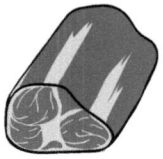

thịt

carne

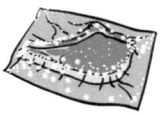

thức ăn đông lạnh

alimente refrigerate

lát thịt nguội
mezeluri și brânzeturi feliate

đồ hộp
conserve

bột giặt
detergent

đồ ngọt
dulciuri

sản phẩm dùng trong gia đình
articole de menaj

chất tẩy rửa
produse de curățenie

người bán hàng
vânzătoare

quầy trả tiền
casă

nhân viên thu ngân
casier

danh sách mua sắm
listă de cumpărături

giờ mở cửa
orar

ví tiền
portmoneu

thẻ tín dụng
carte de credit

túi đeo
geantă

túi ny lông
pungă de plastic

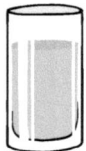

nước
apă

nước quả ép
suc

sữa
lapte

coca-cola
cola

rượu vang
vin

bia
bere

cồn
alcool

cacao
cacao

trà
ceai

cà phê
cafea

espresso
espresso

cappuccino
cappucino

chuối

banane

quả táo

măr

quả cam

portocală

dưa hấu

pepene

chanh

lămâie

cà rốt

morcov

tỏi

usturoi

tre

bambus

củ hành

ceapă

nấm

ciupercă

hạt dẻ

nuci

mì

paste făinoase

mì spaghetti

spagheti

cơm

orez

xà lách

salată

khoai tây chiên

cartofi prăjiți

khoai tây chiên

cartofi țărănești

bánh pizza

pizza

bánh hamburger

hamburger

bánh mì sandwich

sandwich

thịt côtlet

șnițel

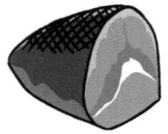

thịt giăm bông

șuncă

xúc xích

salam

dồi

cârnați

gà

pui

rán

friptură

cá

pește

cháo yến mạch

fulgi de ovăz

cháo muesli

musli

bánh bột ngô nướng

cereale

bột mì

făină

bánh sừng bò

corn

bánh mì

chifle

bánh mì

pâine

bánh mì nướng

pâine prăjită

bánh bích quy

biscuiți

bơ

unt

sữa đông

brânză de vaci

bánh ngọt

prăjitură

trứng

ou

trứng rán

ouă ochiuri

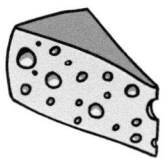

pho mát

brânză

kem

înghețată

đường

zahăr

mật ong

miere

mứt

marmeladă

kem nougat

cremă nuga

cà ri

curry

nông trại
gospodărie țărănească

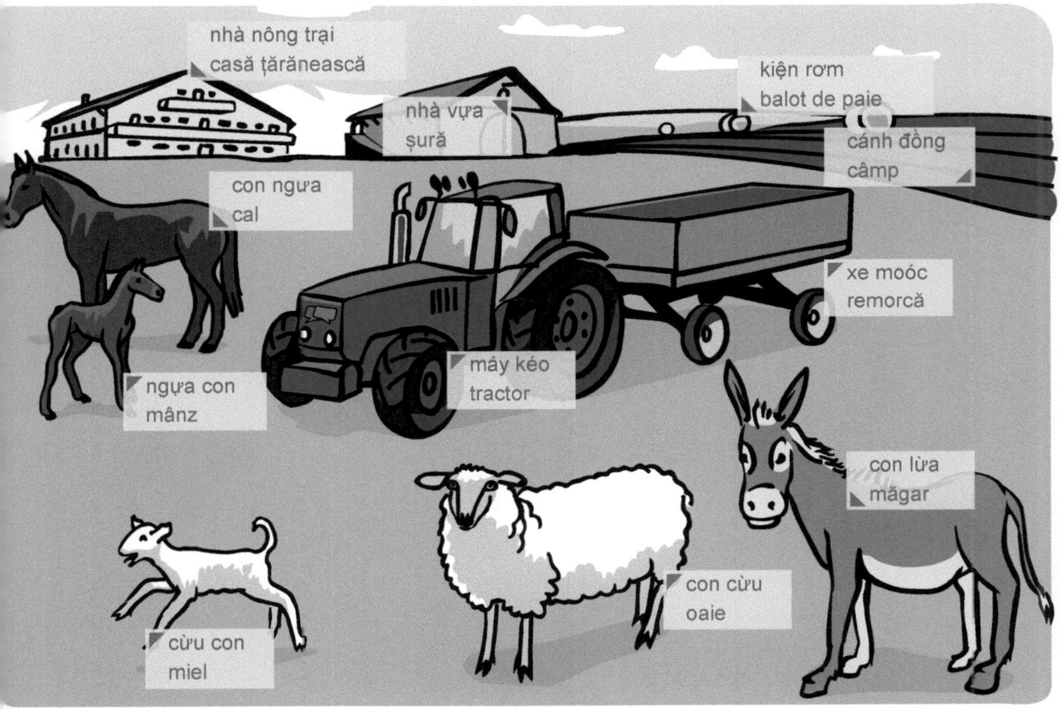
nhà nông trại
casă țărănească
nhà vựa
șură
kiện rơm
balot de paie
cánh đồng
câmp
con ngựa
cal
xe moóc
remorcă
máy kéo
tractor
ngựa con
mânz
con lừa
măgar
con cừu
oaie
cừu con
miel

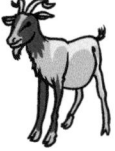

con dê
capră

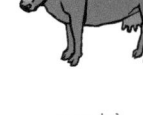

con bò
vacă

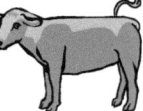

con bê
vițel

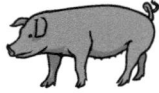

con lợn
porc

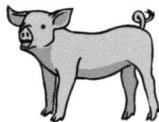

lợn con
purcel

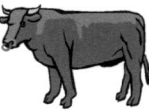

bò đực
taur

con ngỗng

găină

con vịt

rață

gà con

pui

gà mái

găină

gà trống

cocoș

con chuột

șobolan

mèo

pisică

chuột nhắt

șoarece

bò đực

bou

con chó

câine

nhà chuồng chó

cușcă

ống tưới vườn cây

furtun de grădină

thùng tưới cây

stropitoare

lưỡi hái

coasă

cái cày

plug

cái liềm

seceră

cái cuốc

sapă

cái chĩa

furcă

cái rìu

secure

xe cút kít

roabă

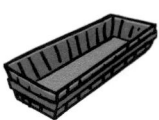

máng ăn

troacă

lọ sữa

cană pentru lapte

bao tải

sac

hàng rào

gard

chuồng

grajd

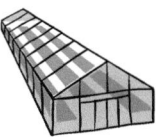

nhà kính trồng cây

seră

đất trồng

sol

hạt giống

sămânță

phân bón

fertilizator

máy gặt đập liên hợp

combină de treierat

thu hoạch

a culege

mùa thu hoạch

recoltă

khoai lang

cartof yam

lúa mì

grâu

đậu nành

soia

khoai tây

cartof

ngô

porumb

hạt cải dầu

rapiță

cây ăn trái

pom fructifer

sắn

manioc

ngũ cốc

cereale

nông trại - gospodărie țărănească

nhà
casă

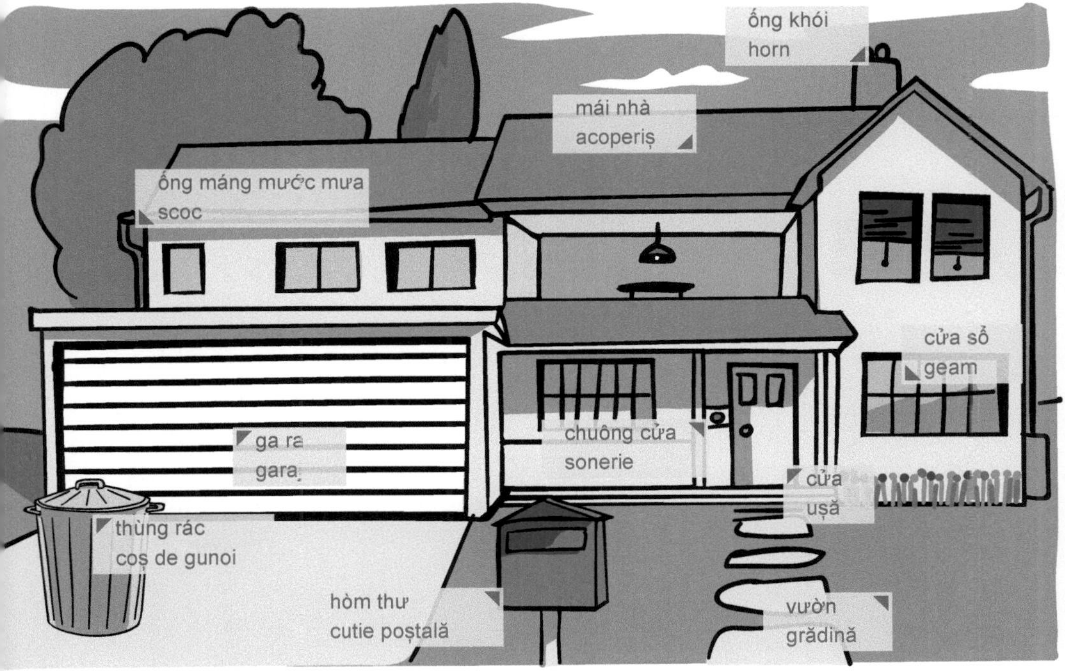
ống khói
horn
mái nhà
acoperiș
ống máng mước mưa
scoc
cửa sổ
geam
ga ra
gara
chuông cửa
sonerie
cửa
ușă
thùng rác
coș de gunoi
hòm thư
cutie poștală
vườn
grădină

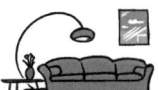

phòng khách
camera de zi

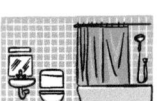

phòng tắm
baie

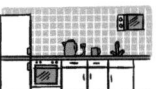

bếp
bucătărie

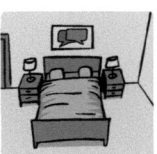

phòng ngủ
dormitor

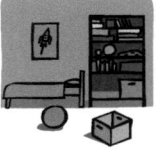

phòng trẻ em
camera copiilor

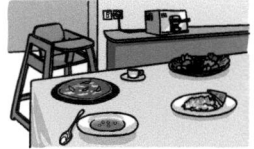

phòng ăn
sufragerie

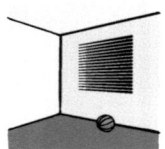

nền nhà

podea

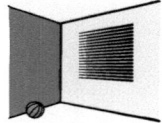

tường

perete

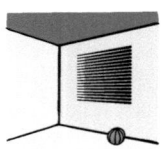

trần nhà

tavan

tầng hầm

pivniţă

tắm hơi

saună

ban công

balcon

sân hiên

terasă

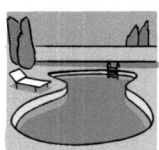

bể bơi

piscină

máy cắt cỏ

maşină de tuns iarba

khăn trải giường

cearşaf

khăn trải giường

cuvertură

giường

pat

chổi

mătură

cái xô

găleată

công tắc điện

întrerupător

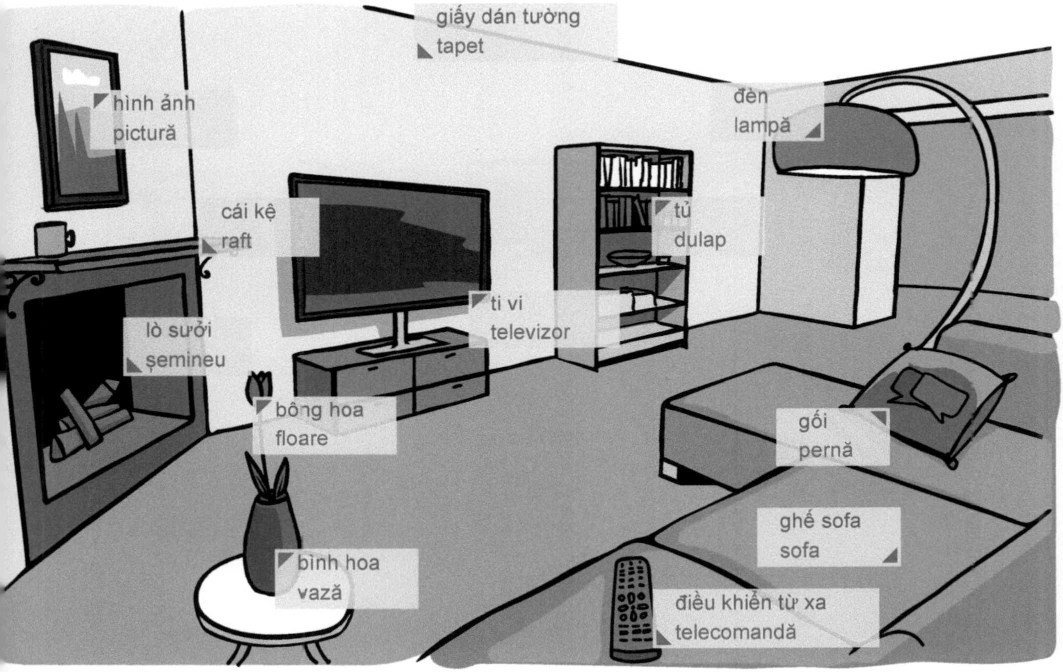

giấy dán tường
tapet

hình ảnh
pictură

đèn
lampă

cái kệ
raft

tủ
dulap

lò sưởi
şemineu

ti vi
televizor

bông hoa
floare

gối
pernă

ghế sofa
sofa

bình hoa
vază

điều khiển từ xa
telecomandă

thảm
covor

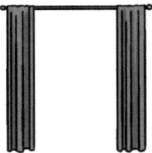

rèm
perdea

cái bàn
masă

ghế
scaun

ghế bập bênh
balansoar

ghế bành
fotoliu

sách

carte

cái chăn

pătură

đồ trang trí

decoraţiune

củi

lemn de foc

phim

film

máy hi-fi

instalaţie stereo

chìa khóa

cheie

báo

ziar

bức tranh

desen

áp phích

poster

radio

radio

sổ ghi chép

caiet de notiţe

máy hút bụi

aspirator

cây xương rồng

cactus

cây nến

lumânare

bếp
bucătărie

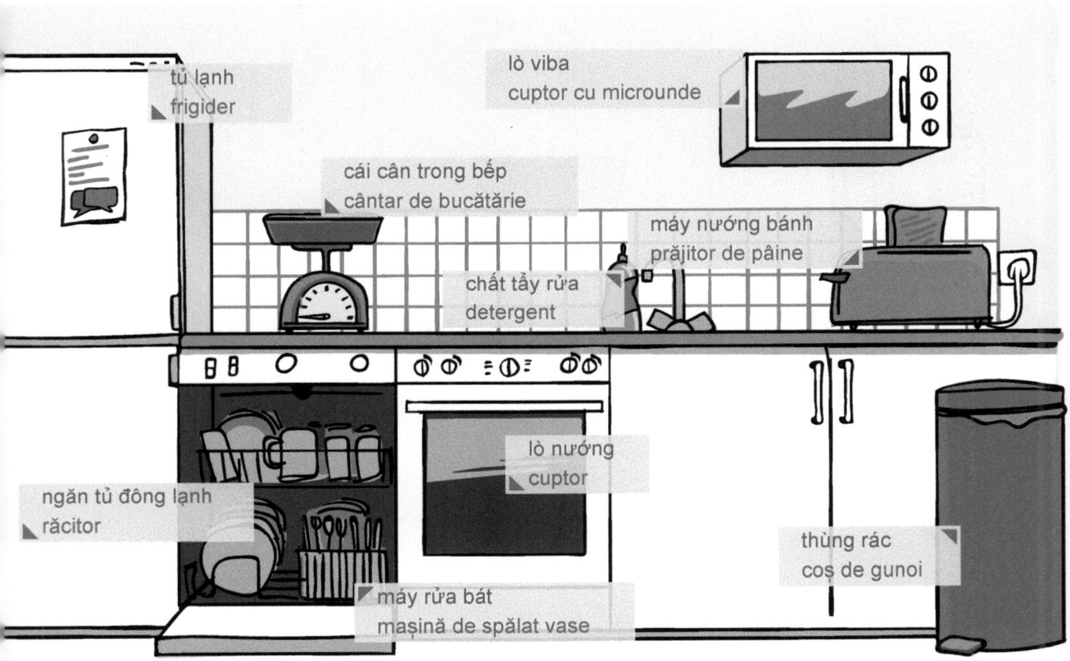

tủ lạnh
frigider
lò viba
cuptor cu microunde
cái cân trong bếp
cântar de bucătărie
máy nướng bánh
prăjitor de pâine
chất tẩy rửa
detergent
lò nướng
cuptor
ngăn tủ đông lạnh
răcitor
thùng rác
coș de gunoi
máy rửa bát
mașină de spălat vase

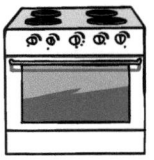

lò nấu

cuptor

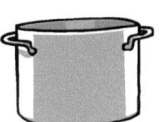

nồi

oală

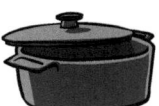

nồi sắt

oală de metal

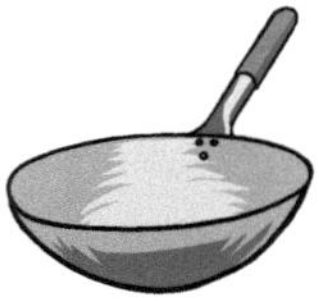

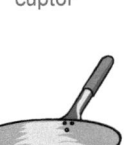

chảo

wok/kadai

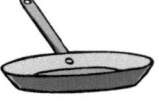

chảo

tigaie

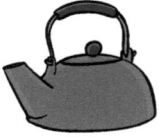

ấm đun nước

ceainic

nồi đun hơi

oală de gătit cu aburi

khay lò nướng

tavă de copt

bát đĩa

veselă

cốc

pahar

cái bát

bol

đũa

bețișoare

cái vá

polonic

bàn xẻng

spatulă

que đánh kem

tel

rây dùng trong bếp

sită

cái rây lọc

sită

cái nạo

răzătoare

vữa

mojar

vỉ nướng

grătar

ngọn lửa trần

loc pentru grătar

cái thớt

tocător

trục cán bột

sucitor

cái mở nút chai

tirbușon

vỏ đồ hộp

conservă

cái mở vỏ đồ hộp

deschizător de conserve

miếng nhấc nồi

șervete termice

bồn rửa bát

chiuvetă

bàn chải

perie

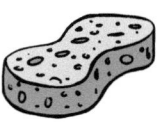

miếng xốp

burete

máy xay

mixer

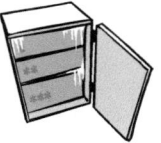

tủ đông lạnh

ladă frigorifică

bình sữa cho trẻ sơ sinh

biberon

vòi nước

robinet

phòng tắm

baie

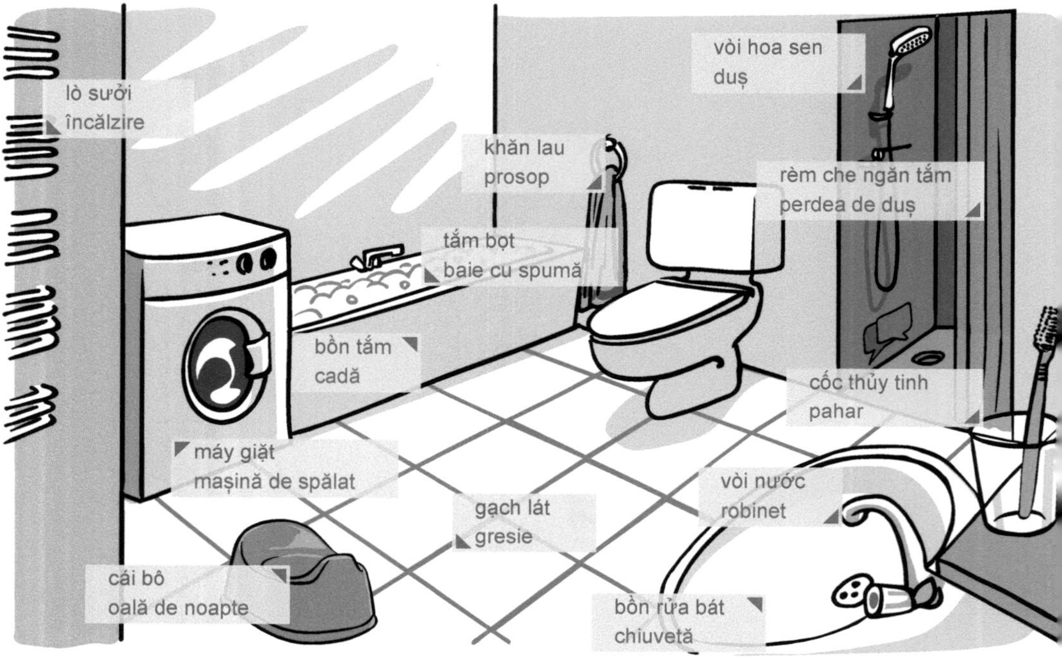

lò sưởi
încălzire
vòi hoa sen
duș
khăn lau
prosop
rèm che ngăn tắm
perdea de duș
tắm bọt
baie cu spumă
bồn tắm
cadă
cốc thủy tinh
pahar
máy giặt
mașină de spălat
vòi nước
robinet
gạch lát
gresie
cái bô
oală de noapte
bồn rửa bát
chiuvetă

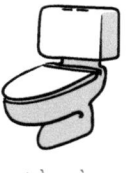

bồn cầu

toaletă

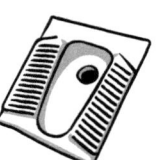

bồn cầu ngồi xổm

toaletă turcescă

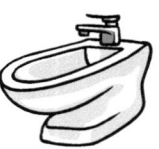

bồn rửa hậu môn

bideu

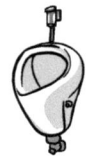

bồn tiểu tiện

pisoir

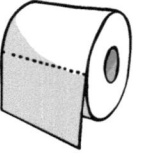

giấy vệ sinh

hârtie igienică

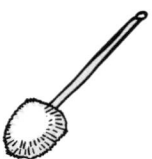

bàn chải cọ bồn cầu

perie de toaletă

bàn chải đánh răng

periuță de dinți

kem đánh răng

pastă de dinți

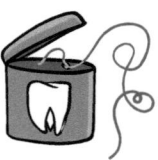

chỉ nha khoa

ață dentară

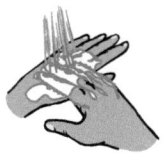

rửa

a spăla

vòi sen cầm tay

cap de duș

vòi rửa hậu môn

duș intim

bồn rửa

lavoar

bàn chải cọ lưng

perie pentru spate

xà phòng

săpun

sữa tắm

gel de duș

dầu gội

șampon

khăn cọ để tắm

cârpă de spălat

lỗ thoát nước

scurgere

kem

cremă

chất khử mùi

deodorant

gương

oglindă

gương tay

oglindă cosmetică

dao cạo râu

aparat de ras

kem cạo râu

spumă de ras

nước thơm dùng sau khi cạo râu

aftershave

cái lược

pieptene

bàn chải

perie

máy xấy tóc

uscător de păr

keo xịt tóc

fixator

đồ trang điểm

machiaj

thỏi son môi

ruj

sơn bôi móng

lac de unghii

bông

vată

kéo cắt móng

foarfece de unghii

nước hoa

parfum

túi đựng đồ tắm

neseser

ghế đẩu

taburet

cái cân

cântar

áo choàng tắm

halat de baie

găng tay làm vệ sinh

mănuși de cauciuc

nút gạc

tampon

băng vệ sinh

tampon

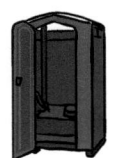

nhà vệ sinh hóa chất

toaletă chimică

phòng trẻ em

camera copiilor

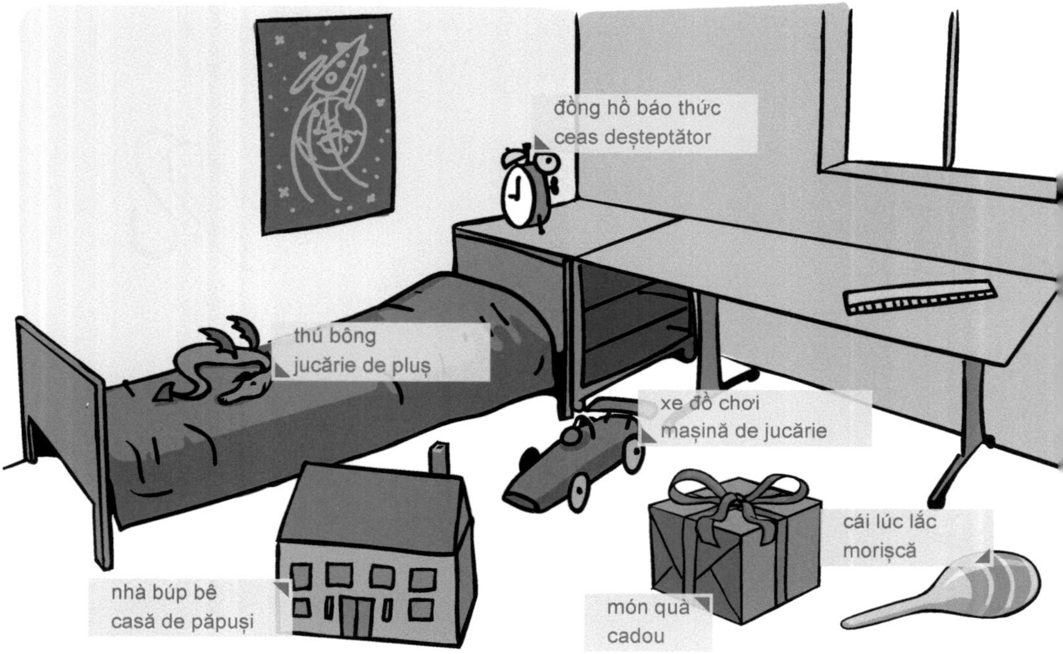

đồng hồ báo thức
ceas deșteptător
thú bông
jucărie de pluș
xe đồ chơi
mașină de jucărie
cái lúc lắc
morișcă
nhà búp bê
casă de păpuși
món quà
cadou

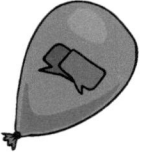

bong bóng

balon

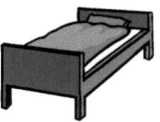

giường

pat

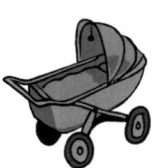

xe nôi

cărucior de copii

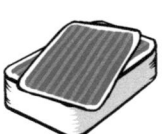

trò chơi bài

joc de cărți

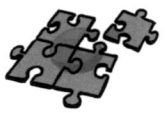

trò chơi ghép hình

puzzle

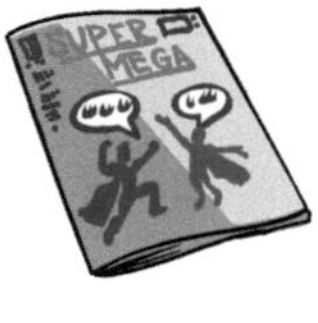

truyện tranh

revistă de benzi desenate

gạch Lego

cuburi lego

khối xếp hình

piese pentru construcţii

nhân vật hành động

personaj din filmele de
acţiune

áo liền quần cho trẻ sơ sinh

body

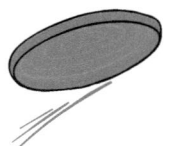

đĩa nhựa để ném

frisbee

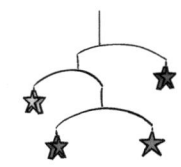

đồ chơi treo trên giường

mobil

trò chơi cờ bàn

joc de societate

xúc xắc

zar

đồ chơi xe lửa mô hình

set trenuleţ de jucărie

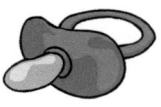

ti giả

suzetă

buổi tiệc

petrecere

sách tranh

carte cu poze

quả bóng

minge

búp bê

păpuşă

chơi

a se juca

hố cát

groapă de nisip

cái đu

leagăn

đồ chơi

jucării

máy chơi game cầm tay

consolă video

xe ba bánh

tricicletă

gấu bông

ursuleț

tủ quần áo

dulap

y phục
îmbrăcăminte

bít tất

șosete

bít tất dài

ciorapi

quần tất

dres

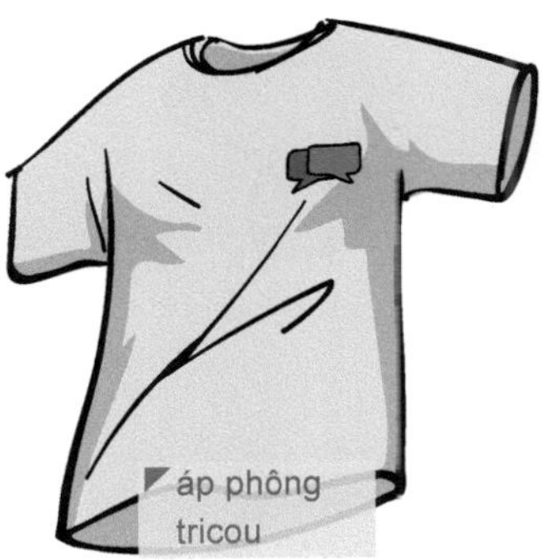

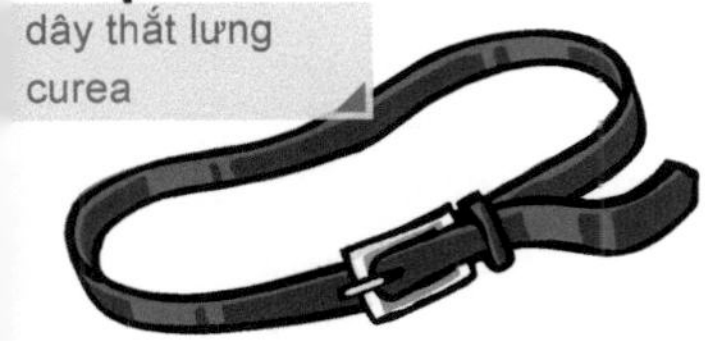

khăn choàng cổ
șal

ô che mưa
umbrelă

dây thắt lưng
curea

áp phông
tricou

ủng
cizme

dép đi trong nhà
papuci

giày sneaker
pantofi sport

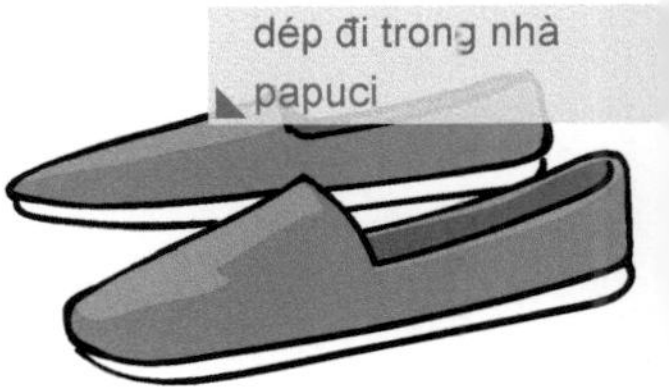

dép xăng đan
sandale

giày
încălțăminte

ủng cao su
cizme de cauciuc

quần lót
chilot

áo ngực
sutien

áo vest
maiou

áo ôm sát cơ thể

body

quần dài

pantaloni

quần bò

blugi

váy

fustă

áo cánh

bluză

áo sơ mi

cămașă

áo len chui đầu

pulover

áo len

jerseu

áo blazer

sacou

áo jacket

jachetă

áo khoác

palton

áo mưa

pelerină de ploaie

trang phục

costum

áo váy

rochie

áo cưới

rochie de mireasă

bộ com lê
costum

áo ngủ
cămaşă de noapte

pijama
pijama

trang phục sari
sari

khăn trùm đầu
batic

khăn đội đầu
turban

áo burka
burka

áo captan
caftan

áo aba
abaya

quần áo bơi
costum de baie

quần bơi
şort

quần đùi
pantaloni scurţi

quần áo tracksuit
trening

tạp dề
şorţ

găng tay
mănuşi

cái cúc

nasture

kính mắt

ochelari

vòng đeo tay

brățară

vòng cổ

lanț

nhẫn

inel

hoa tai

cercel

mũ lưỡi trai

căciulă

cái mắc treo áo quần

umeraș

mũ

pălărie

cà vạt

cravată

dây kéo phéc mơ tuya

fermoar

mũ bảo hiểm

cască

dây đeo quần

bretele

đồng phục học sinh

uniformă școlară

đồng phục

uniformă

yếm trẻ em

bavețică

ti giả

suzetă

tã lót

scutec

văn phòng
birou

tủ hồ sơ
dulap de acte

máy chủ
server

máy in
imprimantă

màn hình
monitor

giấy
hârtie

bàn làm việc
masă de birou

chuột máy tính
mouse

thư mục
fișier

bàn phím
tastatură

thùng rác giấy
coș de gunoi

máy tính
computer

ghế
scaun

cốc cà phê

ceașcă de cafea

máy tính bỏ túi

calculator

internet

internet

laptop
laptop

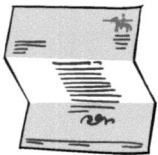

thư
scrisoare

tin nhắn
mesaj

điện thoại di động
telefon mobil

mạng
rețea

máy photocopy
copiator

phần mềm
software

điện thoại
telefon

ổ cắm điện
priză

máy fax
fax

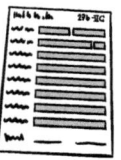

mẫu đơn
formular

chứng từ
document

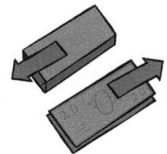

mua
a cumpăra

trả tiền
a plăti

buôn bán
a face comerţ

tiền
bani

đô la
Dolar

Euro
Euro

yên
Yen

rúp
Rublă

franc Thụy Sĩ
Franc Elveţian

nhân dân tệ
renminbi yuan

rupi
Rupie

máy rút tiền tự động
bancomat

quầy đổi tiền

casă de schimb valutar

vàng

aur

bạc

argint

dầu

petrol

năng lượng

energie

giá tiền

preţ

hợp đồng

contract

thuế

impozit

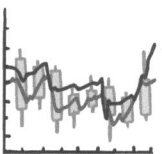

cổ phiếu

acţiune

làm việc

a munci

nhân viên

angajat

chủ lao động

angajator

nhà máy

fabrică

cửa hiệu

magazin

nghề nghiệp
ocupații

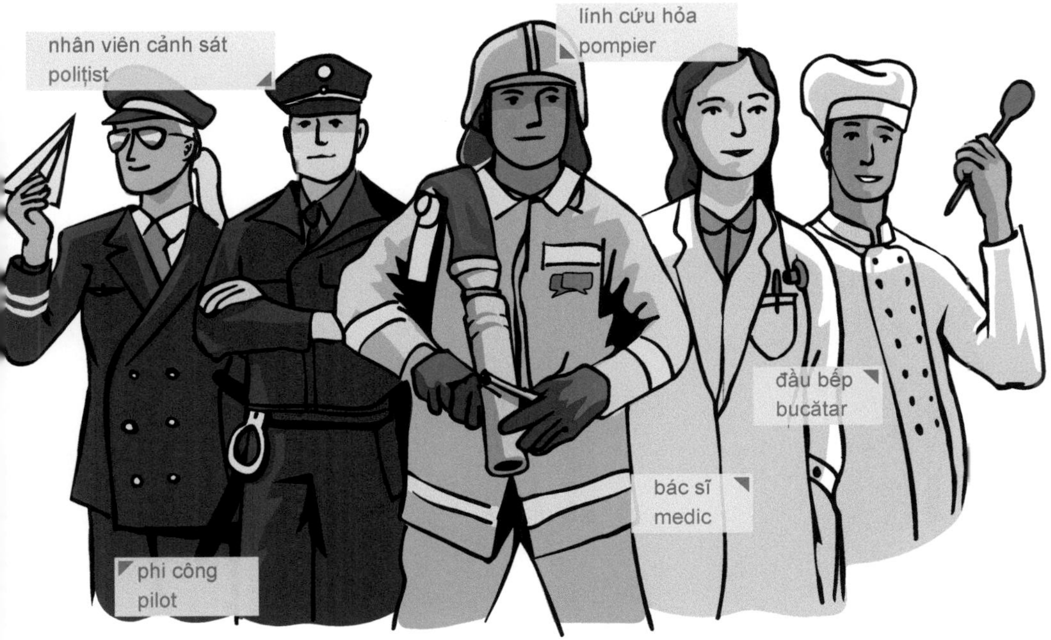
nhân viên cảnh sát
polițist
lính cứu hỏa
pompier
đầu bếp
bucătar
bác sĩ
medic
phi công
pilot

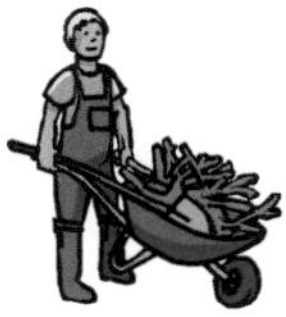

người làm vườn

grădinar

thợ mộc

tâmplar

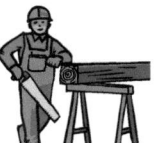

thợ may

cusătoreasă

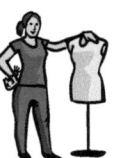

chánh án

judecător

nhà hóa học

chimist

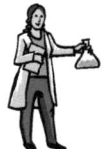

diễn viên

actor

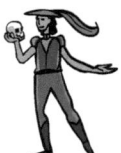

tài xế xe buýt

șofer de autobuz

người lái taxi

șofer de taxi

ngư dân

pescar

người lau dọn vệ sinh

femeie de serviciu

thợ lợp mái nhà

tinichigiu

bồi bàn

chelnăr

thợ săn

vânător

họa sĩ

pictor

thợ làm bánh

brutar

thợ điện

electrician

thợ xây dựng

muncitor în construcții

kỹ sư

inginer

người hàng thịt

măcelar

thợ sửa ống nước

instalator

người đưa thư

poștaș

người lính

soldat

kiến trúc sư

arhitect

nhân viên thu ngân

casier

người bán hoa

florar

thợ cắt tóc

frizer

nhân viên soát vé

controlor

thợ cơ khí

mecanic

thuyền trưởng

căpitan

nha sĩ

stomatolog

nhà khoa học

om de știință

giáo sĩ Do thái

rabin

lãnh tụ Hồi giáo

imam

nhà sư

călugăr

mục sư

preot

nghề nghiệp - ocupații

dụng cụ
instrumente

cây búa
ciocan
kìm
clește
tua vít
șurubelniță
cờ lê
cheie
đèn pin
lanternă

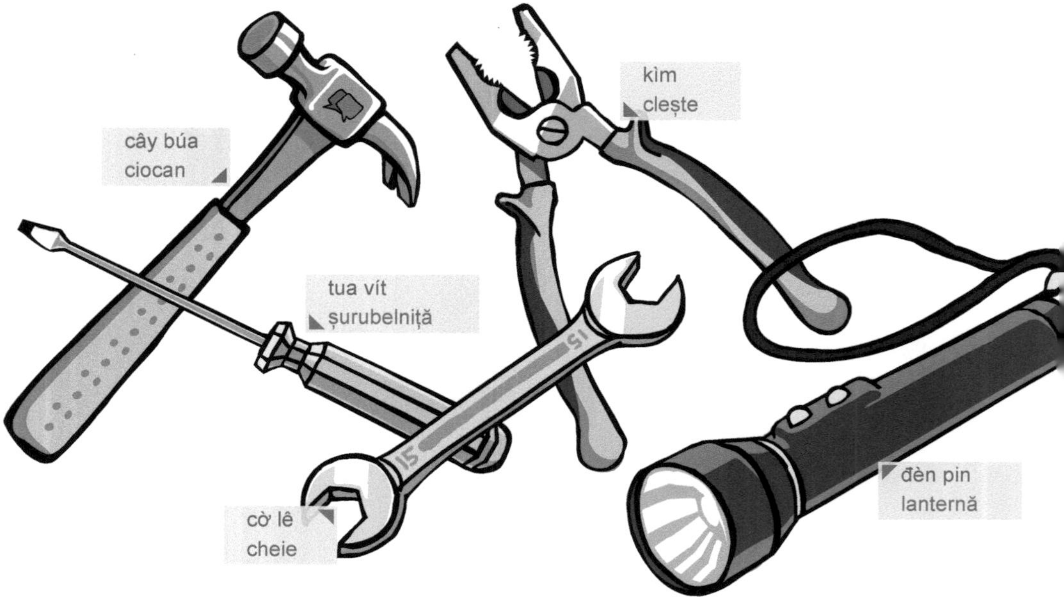

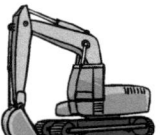

máy xúc đất

excavator

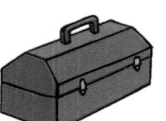

hộp dụng cụ

cutie de scule

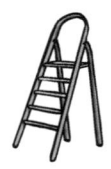

cái thang

scară

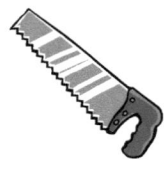

cưa

ferăstrău

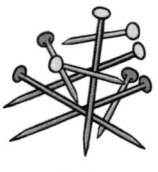

đinh

cuie

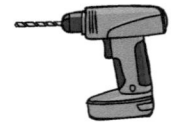

máy khoan

burghiu

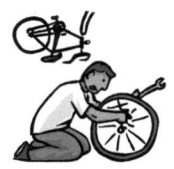

sửa chữa

a repara

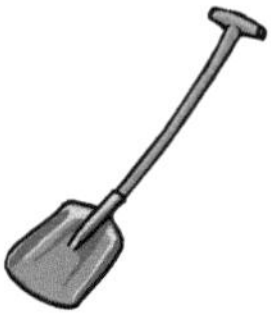

cái xẻng

lopată

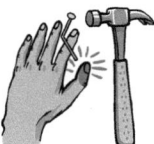

khốn nạn!

La naiba!

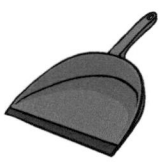

cái hót rác

făraș

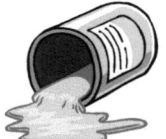

thùng sơn

vas pentru vopsea

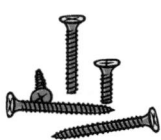

vít

șuruburi

nhạc cụ
instrumente muzicale

loa
difuzor
bộ trống
set tobe
đàn ghi ta
chitară
đàn công tra bát
contrabas
kèn trompet
trompetă

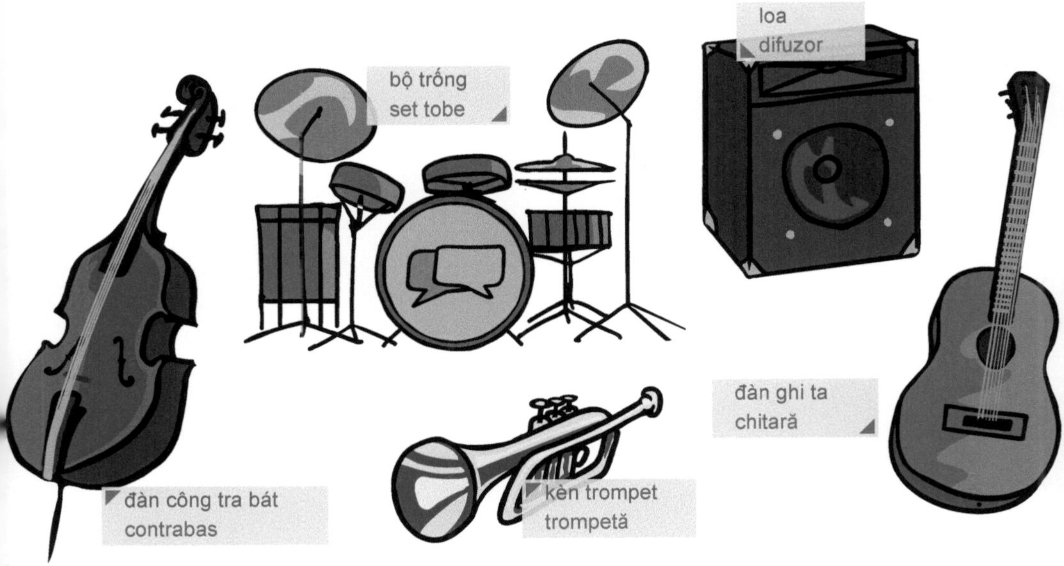

đàn piano

pian

đàn vĩ cầm

vioară

ghi ta bass

bas

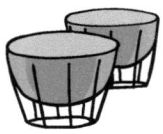

trống định âm

trombon

trống

tobă

đàn organ

keyboard

kèn Saxophone

saxofon

sáo

fluier

micro

microfon

vườn bách thú
grădină zoologică

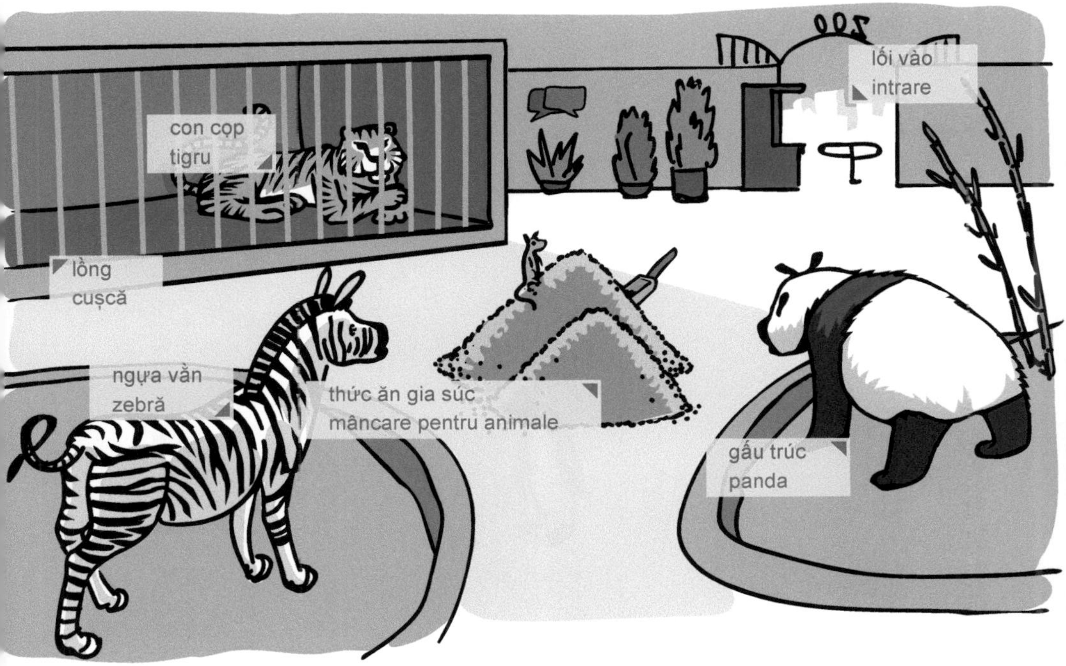
lối vào
intrare
con cọp
tigru
lồng
cuşcă
ngựa vằn
zebră
thức ăn gia súc
mâncare pentru animale
gấu trúc
panda

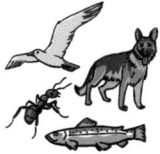

động vật
animale

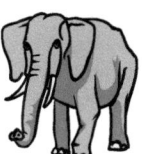

con voi
elefant

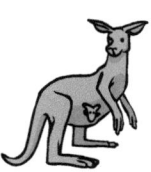

chuột túi
cangur

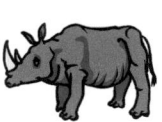

tê giác
rinocer

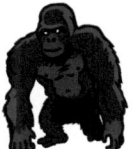

khỉ đột
gorilă

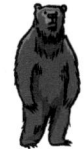

con gấu
urs

lạc đà

cămilă

đà điểu

struţ

sư tử

leu

con khỉ

maimuţă

hồng hạc

flamingo

con vẹt

papagal

gấu bắc cực

urs polar

chim cánh cụt

pinguin

cá mập

rechin

con công

păun

con rắn

şarpe

cá sấu

crocodil

người trông giữ vườn bách thú

îngrijitor grădina zoologică

hải cẩu

focă

báo đốm

jaguar

ngựa lùn

ponei

con báo

leopard

hà mã

hipopotam

hươu cao cổ

girafă

đại bàng

acvilă

heo rừng

porc mistreț

cá

pește

con rùa

broască țestoasă

hải mã

morsă

con cáo

vulpe

linh dương

gazelă

bóng bầu dục Mỹ
fotbal american

đua xe đạp
ciclism

quần vợt
tenis

bóng rổ
basketball

bơi
înot

đấm bốc
box

khúc côn cầu trên băng
hockey pe gheață

bóng đá
fotbal

cầu lông
badminton

điền kinh
atletism

bóng ném
handbal

trượt tuyết
schi

polo
polo

các hoạt động
activități

cười
a râde
nhảy
a sări
ôm
a îmbrățișa
đi bộ
a merge
ca hát
a cânta
mơ
a visa
cầu nguyện
a se ruga
hôn
a săruta

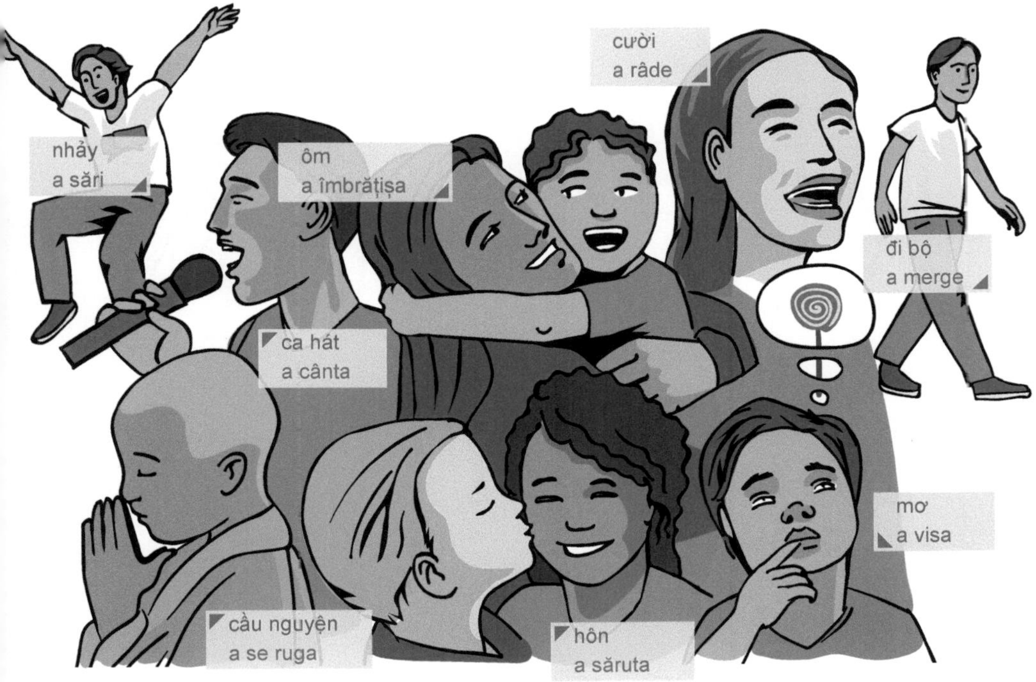

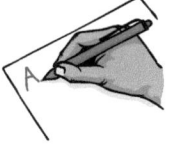

viết

a scrie

vẽ

a desena

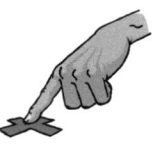

chỉ trỏ

a arăta

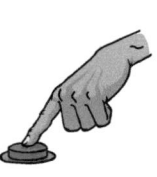

đẩy

a împinge

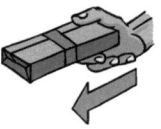

cho

a da

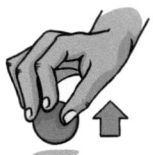

lấy đi

a lua

có
a avea

làm
a face

thì / là
a fi

đứng
a sta în picioare

chạy
a fugi

kéo
a trage

ném
a arunca

rơi
a cădea

nằm
a sta întins

chờ đợi
a aștepta

mang vác
a purta

ngồi
a ședea

mặc quần áo
a se îmbrăca

ngủ
a dormi

thức dậy
a se trezi

xem

a privi

khóc

a plânge

vuốt ve

a mângâia

chải

a se pieptăna

nói chuyện

a vorbi

hiểu

a înţelege

câu hỏi

a întreba

nghe

a asculta

uống

a bea

ăn

a mânca

dọn dẹp

a face ordine

yêu

a iubi

nấu nướng

a găti

lái xe

a conduce

bay

a zbura

đi thuyền buồm

a naviga

tính toán

a calcula

đọc

a citi

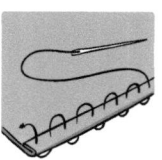

học

a învăța

làm việc

a munci

cưới

a se căsători

khâu vá

a coase

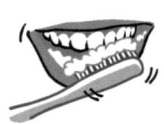

đánh răng

a se spăla pe dinți

giết

a ucide

hút thuốc

a fuma

gửi đi

a trimite

gia đình
familie

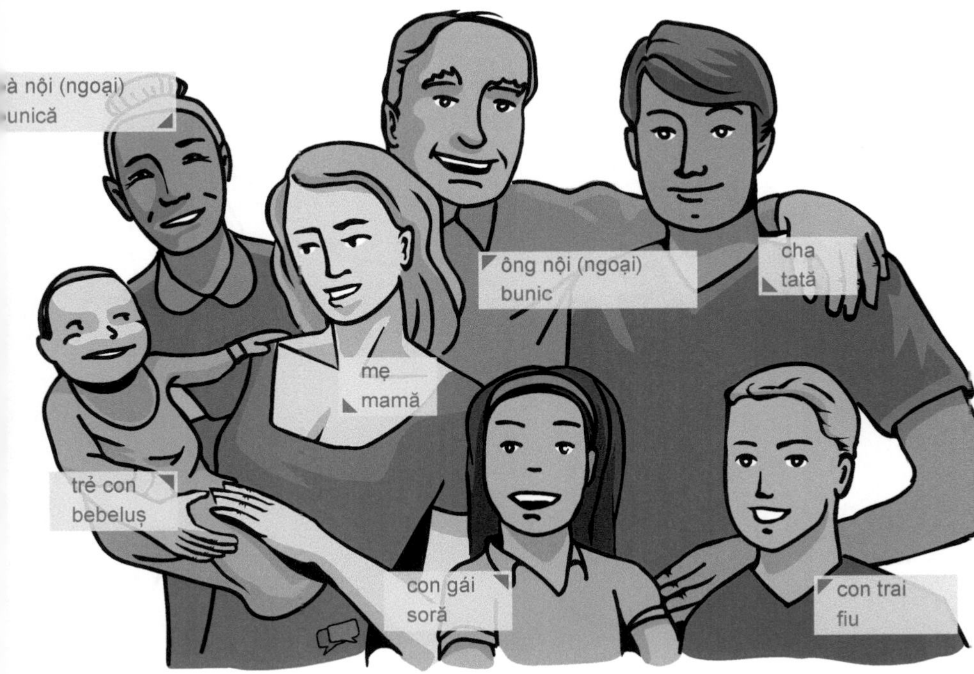

à nội (ngoại)
unică
ông nội (ngoại)
bunic
cha
tată
mẹ
mamă
trẻ con
bebeluș
con gái
soră
con trai
fiu

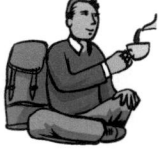

khách
oaspete

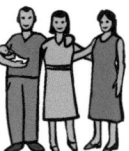

cô (dì)
mătușă

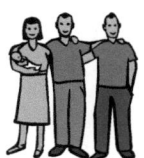

chú, bác (cậu)
unchi

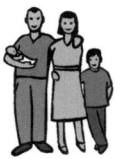

anh (em) trai
frate

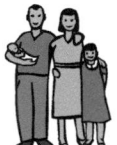

chị (em) gái
soră

cơ thể

corp

trán
frunte
mắt
ochi
mặt
fața
cằm
bărbie
ngực
piept
ngón tay
deget
bàn tay
mână
cánh tay
braț
vai
umăr
chân
picior

trẻ con
bebeluș

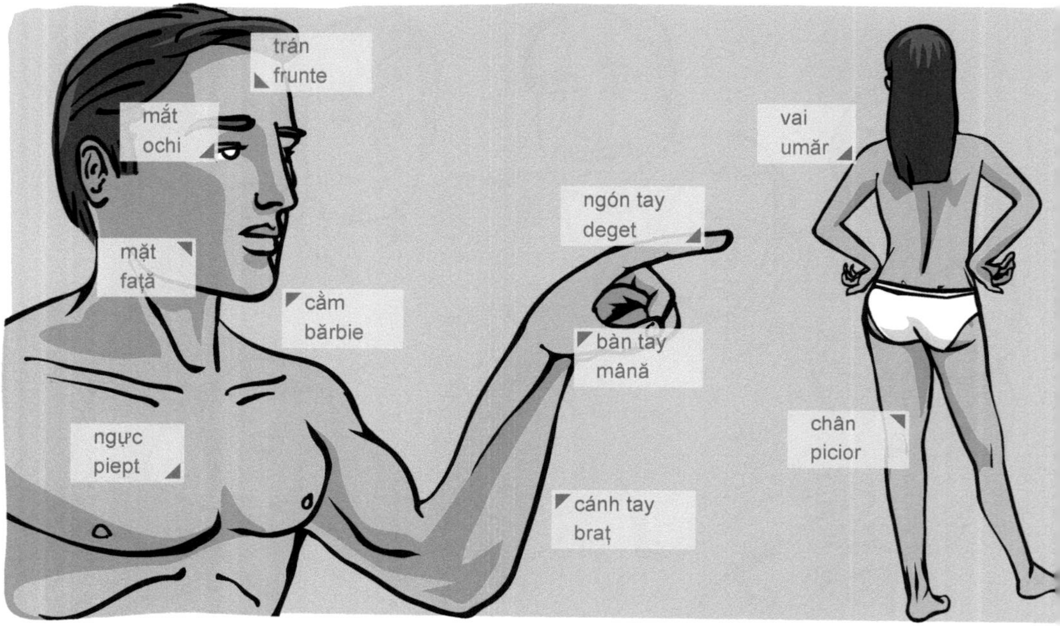

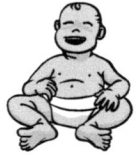

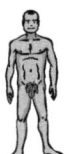

đàn ông
bărbat

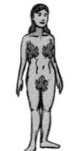

phụ nữ
femeie

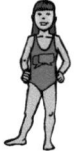

bé gái
fată

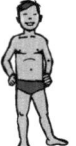

bé trai
băiat

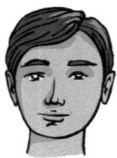

đầu
cap

lưng

spate

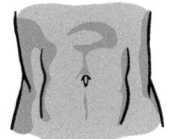

bụng

abdomen

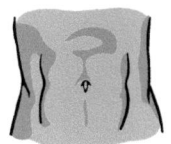

rốn

ombilic

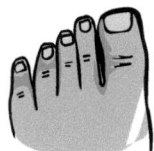

ngón chân

deget de la picior

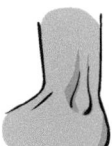

gót chân

călcâi

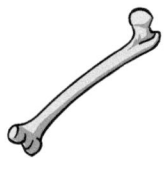

xương

os

hông

șold

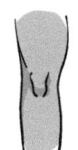

đầu gối

genunchi

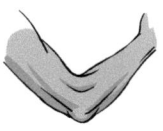

khuỷu tay

cot

mũi

nas

mông

fund

da

piele

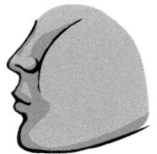

má

obraz

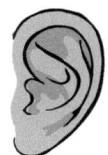

tai

ureche

môi

buză

miệng

gură

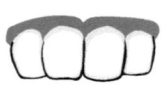

răng

dinte

lưỡi

limbă

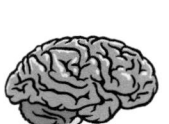

não

creier

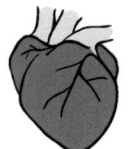

tim

inimă

cơ bắp

mușchi

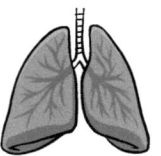

phổi

plămân

gan

ficat

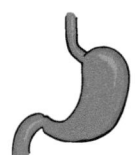

dạ dày

stomac

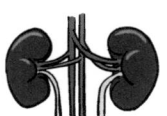

thận

rinichi

giao hợp

sex

bao cao su

prezervativ

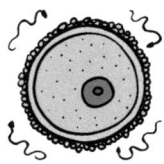

noãn

ovul

tinh dịch

spermă

mang thai

sarcină

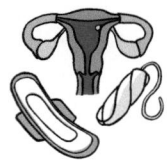

kinh nguyệt

menstruație

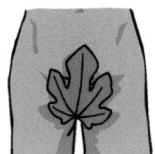

âm vật

vagin

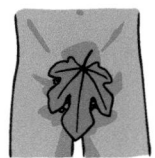

dương vật

penis

lông mày

sprânceană

tóc

păr

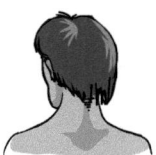

cổ

gât

bệnh viện
spital

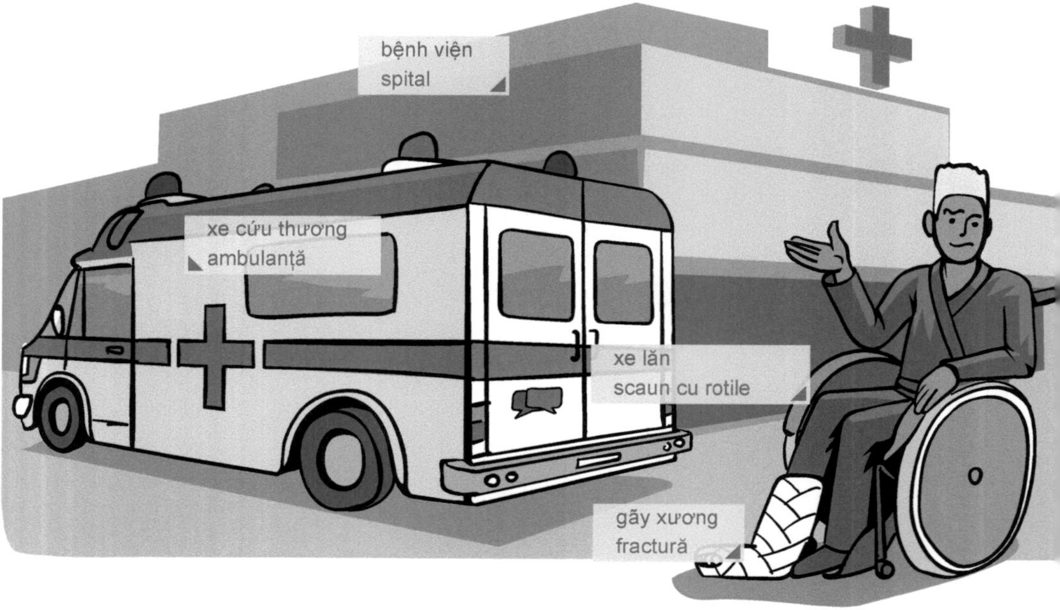

bệnh viện
spital
xe cứu thương
ambulanță
xe lăn
scaun cu rotile
gãy xương
fractură

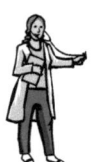

bác sĩ

medic

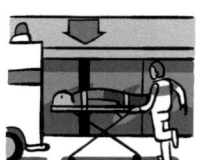

phòng cấp cứu

unitate de primiri urgențe

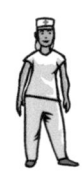

y tá

soră medicală

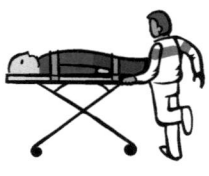

cấp cứu

urgență

bất tỉnh

inconștient

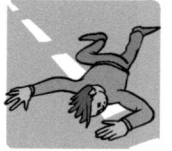

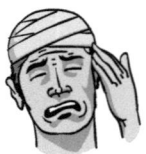

cơn đau

durere

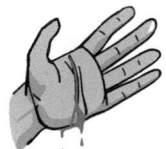

bị thương

leziune

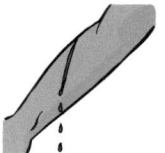

chảy máu

sângerare

nhồi máu cơ tim

infarct miocardic

đột quỵ

atac cerebral

dị ứng

alergie

ho

tuse

sốt

febră

cúm

gripă

tiêu chảy

diaree

đau đầu

durere de cap

ung thư

cancer

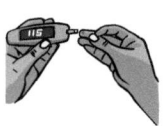

bệnh tiểu đường

diabet

bác sĩ phẫu thuật

chirurg

dao mổ

scalpel

giải phẫu

operație

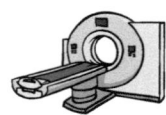

chụp cắt lớp

CT

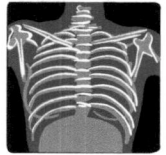

chụp x-quang

raze Röntgen

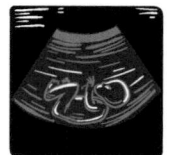

siêu âm

ultrasunet

mặt nạ

mască

bệnh

boală

phòng đợi

sală de așteptare

cái nạng

cârjă

băng dán vết thương

plasture

băng bó

bandaj

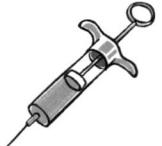

tiêm thuốc

injecție

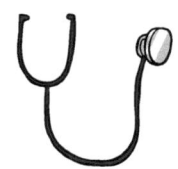

ống nghe khám bệnh

stetoscop

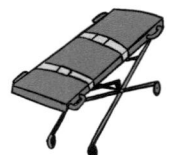

băng ca

targă

nhiệt kế

termometru

sinh đẻ

naștere

thừa cân

supraponderabilitate

máy trợ thính

aparat auditiv

chất khử trùng

dezinfectant

nhiễm trùng

infecție

vi rút

virus

HIV / AIDS

HIV/SIDA

thuốc

medicină

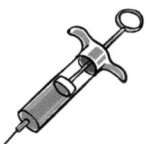

tiêm chủng

vaccin

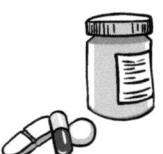

thuốc viên

tablete

viên thuốc

pastilă

gọi cấp cứu

apel de urgență

máy đo huyết áp

aparat de măsurare a
presiunii arteriale

bệnh / khỏe mạnh

bolnav/sănătos

cứu!

Ajutor!

báo động

alarmă

cuộc đột kích

agresiune

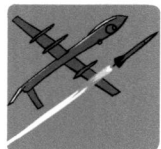

sự tấn công

atac

mối nguy hiểm

pericol

lối thoát hiểm

ieșire de urgență

cháy!

Foc!

bình chữa cháy

extinctor

tai nạn

accident

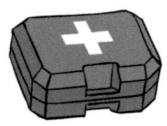

bộ dụng cụ sơ cứu

trusă de prim-ajutor

SOS

SOS

cảnh sát

poliție

châu Âu

Europa

Bắc Mỹ

America de Nord

Nam Mỹ

America de Sud

châu Phi

Africa

châu Á

Asia

châu Úc

Australia

Đại Tây Dương

Altantic

Thái Bình Dương

Pacific

Ấn Độ Dương

Oceanul Indian

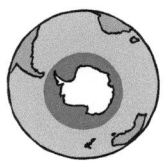

Nam Cực Dương

Oceanul Antarctic

Bắc Băng Dương

Oceanul Arctic

bắc cực

Polul Nord

nam cực
Polul Sud

nam cực
Antarctica

trái đất
pământ

đất liền
țară

biển
mare

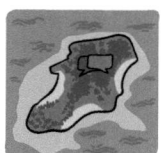

đảo
insulă

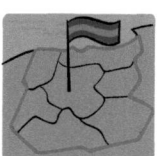

quốc gia
națiune

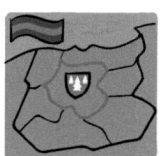

nhà nước
stat

mặt đồng hồ

cadran

kim chỉ giờ

orar

kim chỉ phút

minutar

kim chỉ giây

secundar

Bây giờ là mấy giờ?

Cât e ceasul?

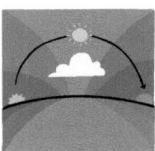

ngày

zi

thời gian

timp

bây giờ

acum

đồng hồ điện tử

cead digital

phút

minut

giờ

oră

tuần lễ
săptămână

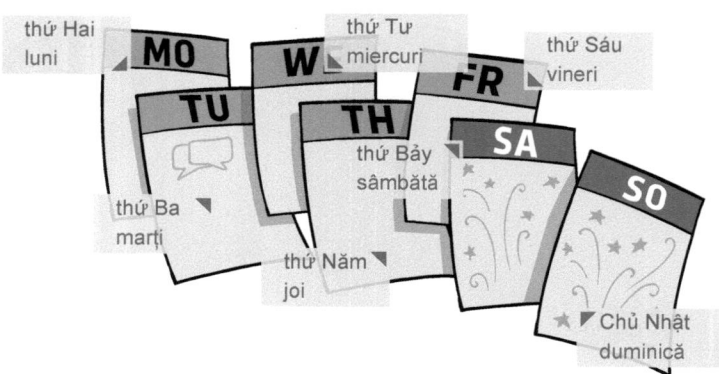

thứ Hai / luni — MO
thứ Tư / miercuri — W
thứ Sáu / vineri — FR
TU
TH
thứ Bảy / sâmbătă — SA
thứ Ba / marți
thứ Năm / joi
Chủ Nhật / duminică — SO

hôm qua
ieri

hôm nay
azi

ngày mai
mâine

buổi sáng
dimineață

buổi trưa
amiază

buổi tối
seară

MO	TU	WE	TH	FR	SA	SU
1	2	3	4	5	6	7
8	9	10	11	12	13	14
15	16	17	18	19	20	21
22	23	24	25	26	27	28
29	30	31	1	2	3	4

ngày làm việc
zile lucrătoare

MO	TU	WE	TH	FR	SA	SU
1	2	3	4	5	6	7
8	9	10	11	12	13	14
15	16	17	18	19	20	21
22	23	24	25	26	27	28
29	30	31	1	2	3	4

cuối tuần
week-end

năm

an

mưa
ploaie
cầu vồng
curcubeu
gió
vânt
tuyết
zăpadă
mùa xuân
primăvară
mùa hè
vară
mùa thu
toamnă
mùa đông
iarnă

4.APRIL 11°
5.APRIL 4°
6.APRIL 13°
7.APRIL 8°
8.APRIL 10°

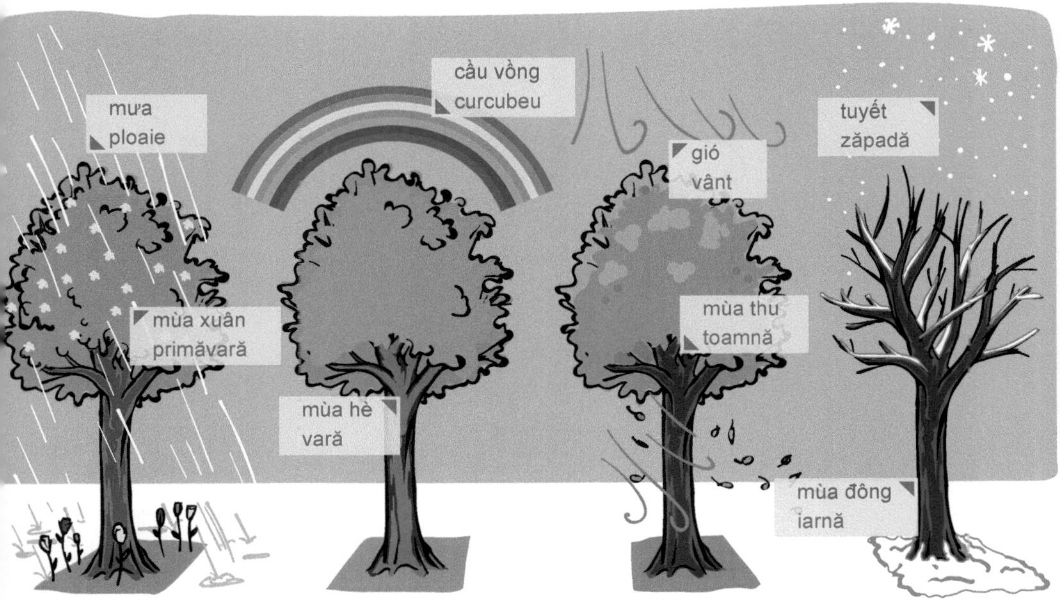

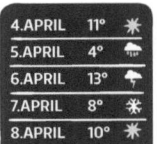

dự báo thời tiết

prognoză meteo

F C
120 90 60 30 0 -30
40 30 20 10 0 -10 -20

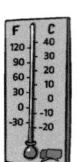

nhiệt kế

termometru

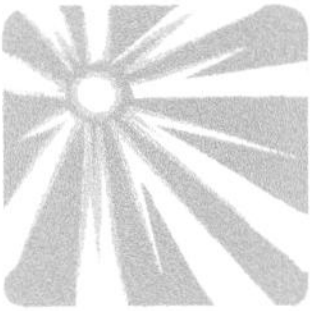

ánh nắng

lumina soarelui

mây

nor

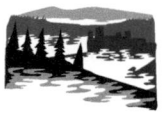

sương mù

ceață

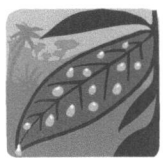

độ ẩm không khí

umiditate a aerului

tia chớp

fulger

sấm sét

tunet

cơn bão

furtună

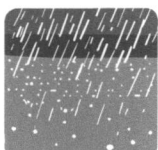

mưa đá

grindină

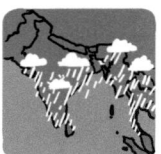

gió mùa

muson

lũ lụt

inundație

nước đá

gheață

tháng Một

ianuarie

tháng Hai

februarie

tháng Ba

martie

tháng Tư

aprilie

tháng Năm

mai

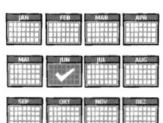

tháng Sáu

iunie

tháng Bảy

iulie

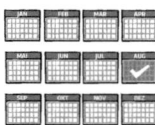

tháng Tám

august

năm - an

tháng Chín

septembrie

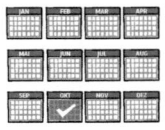

tháng Mười

octombrie

tháng Mười Một

noiembrie

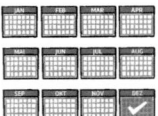

tháng Mười Hai

decembrie

hình dạng
forme

hình tròn

cerc

hình vuông

pătrat

hình chữ nhật

dreptunghi

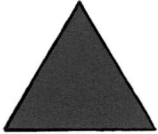

hình tam giác

triunghi

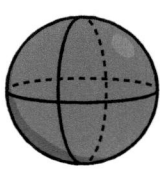

hình cầu

sferă

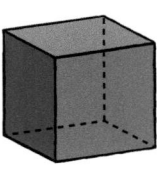

khối vuông

cub

màu trắng

alb

màu vàng

galben

màu cam

portocaliu

màu hồng

roz

màu đỏ

roșu

màu tím

violet

màu xanh dương

albastru

màu xanh lá cây

verde

màu nâu

maro

màu xám

gri

màu đen

negru

nhiều / ít

mult/puțin

tức tối / điềm tĩnh

furios/calm

xinh đẹp / xấu xí

frumos/urât

bắt đầu / kết thúc

început/sfârșit

to / nhỏ

mare/mic

sáng / tối

luminos/întunecat

anh (em) trai / chị (em) gái

frate/soră

sạch / bẩn

curat/murdar

đủ / thiếu

complet/incomplet

ngày / đêm

zi/noapte

chết / sống

mort/viu

rộng / chật hẹp

lat/strâmt

ăn được / không ăn được

comestibil/necomestibil

ác / tử tế

rău/prietenos

hào hứng / chán nản

emoționat/plictisit

béo / gầy

gras/slab

đầu tiên / cuối cùng

primul/ultimul

bạn / thù

prieten/inamic

đầy / rỗng

plin/gol

cứng / mềm

tare/moale

nặng / nhẹ

greu/ușor

đói / khát

foame/sete

bệnh / khỏe mạnh

bolnav/sănătos

bất hợp pháp / hợp pháp

ilegal/legal

thông minh / ngu

inteligent/stupid

trái / phải

stânga/drepta

gần / xa

aproape/departe

đối lập - antonime

mới / cũ

nou/uzat

không có gì cả / có cái gì đó

nimic/ceva

già / trẻ

bătrân/tânăr

bật / tắc

pornit/oprit

mở / đóng

deschis/închis

im lặng / ồn ào

încet/tare

giàu / nghèo

bogat/sărac

đúng / sai

corect/fals

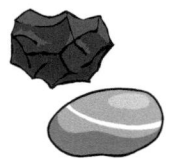

sần sùi / mịn màng

aspru/neted

buồn / vui

trist/fericit

ngắn / dài

lung/scurt

chậm / nhanh

încet/repede

ẩm ướt / khô ráo

ud/uscat

ấm áp / mát mẻ

cald/rece

chiến tranh / hòa bình

război/pace

đối lập - antonime

0

số không

zero

1

một

unu

2

hai

doi

3

ba

trei

4

bốn

patru

5

năm

cinci

6

sáu

șase

7

bảy

șapte

8

tám

opt

9

chín

nouă

10

mười

zece

11

mười một

unsprezece

12

mười hai

douăsprezece

13

mười ba

treisprezece

14

mười bốn

paisprezece

15

mười lăm

cincisprezece

16

mười sáu

șaisprezece

17

mười bảy

șaptesprezece

18

mười tám

optsprezece

19

mười chín

nouăsprezece

20

hai mươi

douăzeci

100

một trăm

o sută

1.000

một ngàn

o mie

1.000.000

một triệu

un milion

tiếng Anh

engleză

tiếng Anh Mỹ

engleză americană

tiếng Quan Thoại

chineza mandarină

tiếng Hin-di

hindi

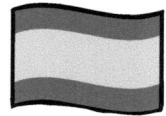

tiếng Tây Ban Nha

spaniolă

tiếng Pháp

franceză

tiếng Ả-rập

arabă

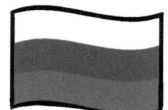

tiếng Nga

rusă

tiếng Bồ Đào Nha

protugheză

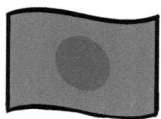

tiếng Bengal

bengaleză

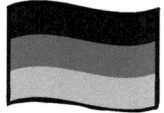

tiếng Đức

germană

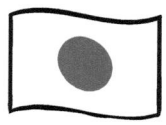

tiếng Nhật

japoneză

tôi

eu

bạn

tu

anh ta / cô ta / nó

el/ea

chúng tôi

noi

các bạn

voi

họ

ea

ai?

cine?

cái gì?

ce?

như thế nào?

cum?

ở đâu?

unde?

lúc nào?

când?

tên

nume

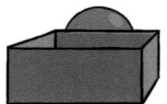

phía sau

în spate

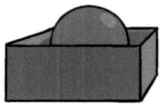

ở trong

în

phía trước

înainte

phía trên

peste

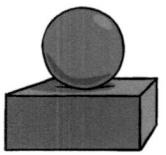

ở trên

pe

ở dưới

sub

bên cạnh

lângă

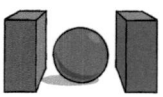

ở giữa

între

chỗ

loc